tặng Nelson
(cậu bé ngoan)

Xuất bản theo hợp đồng nhượng quyền giữa Mo Willems Studio, Inc., và Nhã Nam, thông qua Sheldon Fogelman Agency.

Bản quyền bản tiếng Việt © Công ty Văn hóa & Truyền thông Nhã Nam, 2014.

Chịu trách nhiệm xuất bản: PHẠM TRUNG ĐÌNH
Chịu trách nhiệm bản thảo: NGUYỄN THỊ ANH THƯ

Biên tập	Tạ Duy Anh - Huyền Trang
Trình bày	Thùy cốm
Thiết kế bìa	Tạ Quốc Kỳ Nam
Sửa bản in	Vũ Minh

NHÀ XUẤT BẢN HỘI NHÀ VĂN
65 Nguyễn Du - Hà Nội.
Tel: 04 38222135 | Fax: 04 38222135.
E-mail: nxbhoinhavan@yahoo.com.vn

LIÊN KẾT XUẤT BẢN VÀ PHÁT HÀNH:
CÔNG TY VĂN HÓA & TRUYỀN THÔNG NHÃ NAM
59 Đỗ Quang, Trung Hòa, Cầu Giấy, Hà Nội.
Điện thoại: 04 35146875 | Fax: 04 35146965.
Website: www.nhanam.vn | http://www.facebook.com/nhanampublishing
Email: nhanambook@vnn.vn.
Chi nhánh tại TP Hồ Chí Minh
Nhà 015 Lô B chung cư 43 Hồ Văn Huê, Phường 9, Quận Phú Nhuận, TP Hồ Chí Minh.
Điện thoại: 08 38479853 | Fax: 08 38443034
Email: nhanamhcm@hcm.fpt.vn

In 2.000 cuốn, khổ 21x21cm tại Công ty CP In Viễn Đông. Căn cứ trên số đăng ký kế hoạch xuất bản: 1068-2014/CXB/92-32/HNV và quyết định xuất bản số 524/QĐ-NXB HNV của Nhà xuất bản Hội Nhà Văn ngày 4.6.2014. In xong và nộp lưu chiểu năm 2014.

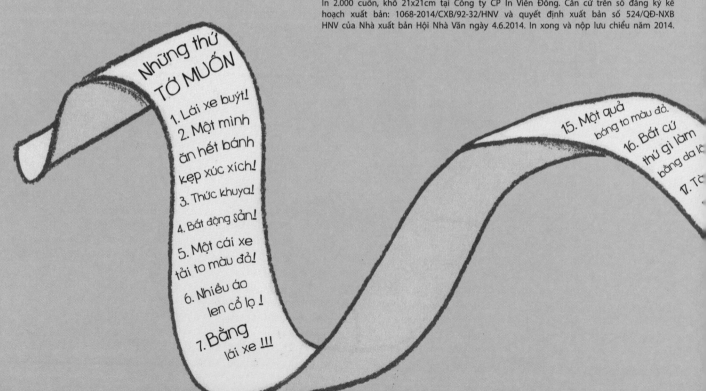

Những thứ
TỚ MUỐN

1. Lái xe buýt!
2. Một mình ăn hết bánh kẹp xúc xích!
3. Thức khuya!
4. Bất động sản!
5. Một cái xe tải to màu đỏ!
6. Nhiều áo len cổ lọ!
7. Bằng lái xe !!!

15. Một quả bóng to màu đỏ.
16. Bất cứ thứ gì làm bằng da lộ
17. Tớ

4

5

6

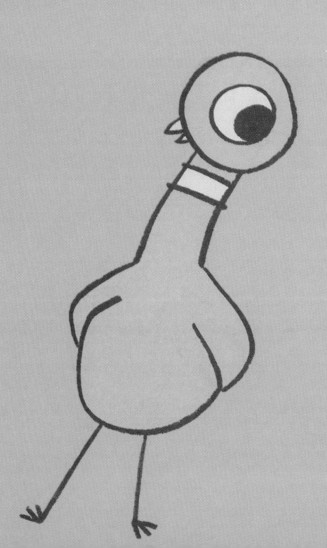

8

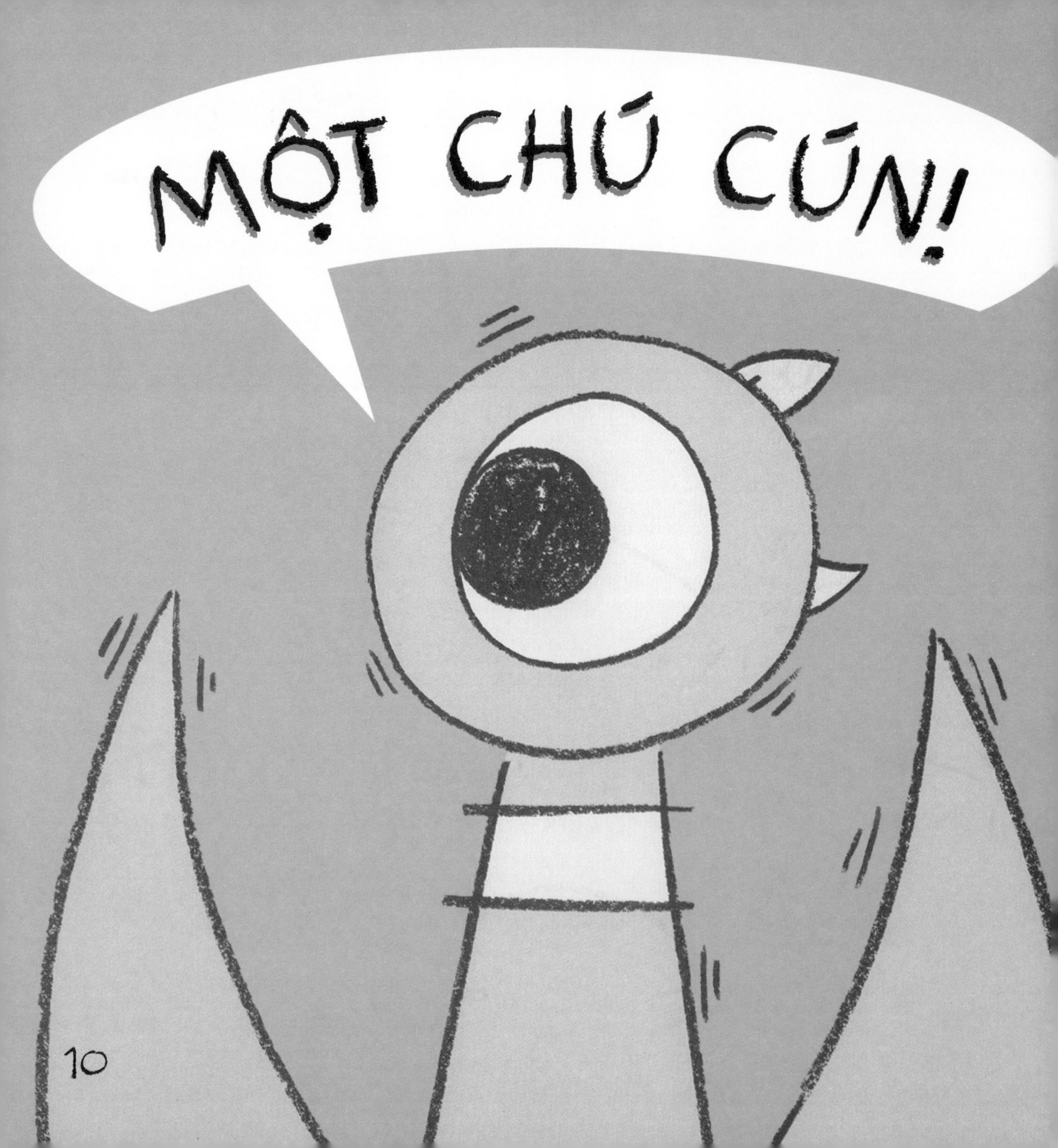
MỘT CHÚ CÚN!

11

Ai chẳng biết cún con thì cần nhiều ánh mặt trời với cả nước!

15

A...
tớ hiểu rồi.

17

19

20

22

23

TỚ MUỐN CÓ
MỘT CHÚ CÚN!
NGAY TẠI ĐÂY!
NGAY LÚC NÀY!

34